Dazzlers

Translated to Swahili from the English
version of Dazzlers

Elanaaga

Ukiyoto Publishing

Haki zote za uchapishaji duniani zinashikiliwa na

Ukiyoto Publishing

Iliyochapishwa mnamo 2024

Hakimiliki ya Maudhui © Elanaaga

ISBN 9789362695338

*Haki zote zimehifadhiwa.
Hakuna sehemu ya chapisho hili inayoweza kunaswa tena, kutumwa, au kuhifadhiwa katika mfumo wa kurejesha, kwa namna yoyote ile, kielektroniki, mitambo, kunakili, kurekodi au vinginevyo, bila kibali cha awali cha mchapishaji.*

Haki za kimaadili za waandishi zimesisitizwa.

Hii ni kazi ya uongo. Majina, wahusika, biashara, mahali, matukio, maeneo na matukio ni bidhaa za mawazo ya mwandishi au hutumiwa kwa njia ya kubuni. Ulinganifu wowote na watu halisi, walio hai au waliokufa, au matukio halisi ni ya kubahatisha tu.

Kitabu hiki kinauzwa kwa masharti kwamba hakitakopeshwa, kwa njia ya biashara au vinginevyo, kukopeshwa, kukodishwa au kusambazwa kwa njia nyinginezo, bila idhini ya awali ya mchapishaji, kwa njia yoyote ya kufungia au kufunika zaidi ya ile ambayo kimeandikwa. iliyochapishwa.

www.ukiyoto.com

Kwa rafiki yangu wa karibu, Dk. D. Narayana (Dubai).

Yaliyomo

Maiti Hai	1
Utambuzi	2
Badiliko	3
Furaha Inayopita	4
Kuzuia	5
Sura Nyeti	6
Wingi - Ubora	7
Kukatishwa tamaa	8
Athari	9
Udhihirisho	10
Miss Fortune	11
Upuuzi	12
Msimamo - Mafanikio	13
Mtihani Kubwa Zaidi	14
Ugonjwa wa 'Kama - Wote'	15
Wakati Unafundisha	16
Maumivu - Furaha	17
Felicitation Felicitation	18
Ya asili	19
Isiyowezekana	20

Dawa Sahihi	21
Kutopatana	22
Uteuzi	23
Aberrance	24
Sacred Sobs	25
Juhudi - Athari	26
Mellowing	27
Bidhaa ya Msingi	28
Kutoridhika	29
Jaribio - matokeo	30
Kifuniko cha Kinga	31
Mtazamo	32
Tofauti	33
Kuficha	34
Bane - Bora	35
Tofauti	36
Makao - Majukumu Yao	37
Tofauti	38
Bahati ya Winks Arobaini	39
Mwangamizi Mkuu	40
Utambuzi tofauti	41

Bahati ya Harmony	42
Nguvu ya Mahali	43
Uzoefu - matokeo	44
Faida Ya Kuwa Mzee	45
Kipaji - Kudharauliwa	46
Mng'ao wa Juu Juu	47
Mtukufu	48
Ajabu	49
Facebook - Ndoano ya Kweli	50
Wapiga risasi wa Sham	51
Madarasa	52
Hype - Kuanguka	53
Maneno - Thamani	54
Ushairi - Mshairi	55
Shairi la Mapema	56
Bahili	57
Mduara	58
Uingiliaji	59
Maumivu Ya Uzito	60
Haystack	61
Enzi ya Pingu	62

Uchovu	63
Haiba ya Nje	64
Tofauti	65
Ukweli Mpya	66
Kasoro	67
Shida	68
Kutojali - Baada ya Athari	69
Mizizi ya Haiba	70
Mwangaza wa Nje	71
Kuhusu Mwandishi	72

Maiti Hai

Licha ya kuwa na macho
  Sioni mambo mazuri
 Ingawa nina masikio
  Siwezi kusikiliza noti tamu
 Nina moyo
 Lakini hakuna hisia zinazozaliwa ndani yake
 Je, maiti si bora kuliko mimi?

Utambuzi

Baada ya kuwa tajiri
Nilionja anasa zote
Lakini kutumia siku na maskini
ambaye ni paragon ya wema
Niligundua kuwa mimi ndiye maskini zaidi

Badiliko

Nilikimbia na upanga mkononi mwangu
kukata kichwa cha mtu mwenye kiburi
Lakini wakiongozwa na tabasamu lake la upendo
akampa maua,
akaanguka kifudifudi mbele ya miguu yake
na kurudi.

Furaha Inayopita

Nilijawa na furaha
nilipofika kwenye uso wa nchi
kutoka kwenye korongo refu,
lakini hivi karibuni huzuni kutambua
Lazima nipande mlima.

Kuzuia

Kusukuma kando kusudi
baadhi ya maneno hukimbia kwa kasi
kwa mbele katika ushairi;
Daima, ujuzi kama huo
inapaswa kuwepo katika akili ya mshairi.

Sura Nyeti

Alifurahi kuwa anayo
rangi nzuri zaidi
katika darasa zima.
Lakini mvulana mzuri zaidi alipojiunga,
uso wake "ulikua giza."

Wingi - Ubora

Akapiga tarumbeta mshairi hivi:
"Niliandika marundo ya vitabu."
Ubora, sio wingi ndio unaohesabika,
 anapaswa kutambua.

Kukatishwa tamaa

Uhitaji wa mafanikio ni kokoto,
ukosefu wa kuridhika ni mlima mkubwa.
Bahati ya ubunifu ni jua;
maudhui ya nyenzo za faraja,
mwanga wa mishumaa tu.

Athari

Alipokuwa mtunza bustani,
jasmines ilichanua pumzi yake.
Lakini alipokuwa karani katika klabu
uvundo wa fedha tu ulitawala!

Udhihirisho

Kuketi katika chumba kilichofungwa,
Nilifungua gazeti.
Ulimwengu wa nje
Lala mbele yangu.

Miss Fortune

Alikuwa na huzuni,
maana hakuwa na ngazi
Wakati mzuri ulipofika sasa alipata moja.

Lakini haiwezi kuitumia

kwani amelazwa kitandani

Upuuzi

Wakati kichwa kizito kinatembea
kwenye gari jipya aina ya Benz
vichwa vyote vinageukia hilo
Lakini hakuna kichwa kinachojali kutazama
mlima wa erudition
amepanda skuta mbovu
Hili ni tukio la kawaida tu

Msimamo - Mafanikio

Adui yangu alinguruma kama simbamarara,
akaibuka kama simba.
Kwa ujasiri, nilikuwa.
Lakini baadaye wakati yeye
Imedumisha utulivu mkubwa
Nilitetemeka kwa hofu

Mtihani Kubwa Zaidi

Nilimaliza mtihani wangu
Sasa jitayarishe kwa mtihani mkubwa zaidi
Ni nini?
Kusubiri matokeo
Ya mtihani!

Ugonjwa wa 'Kama - Wote'

Nimechanganyikiwa
nikiona mazao ya 'likes' kwenye Facebook
Hakuna kisichopendeza!
Je, hii si fumbo lisiloweza kutambulika?

Wakati Unafundisha

Mpaka majukumu yalinitisha
Sikutambua thamani ya utoto
Mpaka nilipoteza njia katika msitu wa kina
Sikutambua furaha ya nyuma ya nyumba

Wakati tu moto unaimba
thamani ya theluji inajulikana labda

Maumivu - Furaha

Nimechukizwa;
  Shinda baada ya ushindi kunipata.
  Nina huzuni
  Maana kushindwa kumenishinda

  Ubaya, labda
  ni bora kuliko raha chungu

Felicitation Felicitation

Jangwa hilo
kwa ujasiri huota mawingu mazito
anastahili pongezi na
masongo ya matone ya mvua

Ya asili

Haiba huamua watu

Mtu anayeabudu dagger
hapendi huruma
Mwingine anayefuga sungura
inachukia ukatili

Isiyowezekana

Wakati mwezi umejificha nyuma ya mawingu
tunaweza kuijua
Lakini wakati mwingine huwezi kudhani
ni nini nyuma ya maneno ya mtu

Dawa Sahihi

Hivi majuzi, ulimwengu wote uko
kuonekana mweusi kwangu
Watu, mazingira - kila kitu
ni giza karibu nami

Nilitafakari sana
na kuchagua dawa inayofaa:
Osha uchafu
kusanyiko ndani yangu

Kutopatana

Moyo wake ni laini kama siagi
lakini mkali kama kisu
Kisu hakiwezi kulainika
Wala haiwezi kuwa mwili kama siagi
Matokeo yake, ole, ni -
Anajipigania kila siku

Uteuzi

Wimbo ni Ganges
Raga ni rafu
Vidokezo ni faida
Na safari ni ya furaha

Aberrance

Nilipoishi maisha ya maskini
 Nilitaka chakula tu, hakuna zaidi.
 Sasa, nina chakula cha kutosha
 na tazama, moyo wangu unatamani baiskeli!

Sacred Sobs

Kila niliposoma mashairi ya hali ya juu, nililia
Kila niliposikiliza muziki mzuri, nililia
Kila nilipokutana na ubinadamu kama mtu,
Nilipiga kelele

Baada ya vilio vingi
jinsi moyo wangu umekuwa mtakatifu!

Juhudi - Athari

Ambapo bunduki imezikwa
kunachipua mti wa risasi.
Nyunyiza mbegu za upendo
katika uwanja wa moyo wako, rafiki yangu.
Mapenzi yanaongezeka sana

Mellowing

Aliimba kama ng'ombe aliyekasirika
katika mitaa ya mji.
Akifika nyumbani
watoto walisalimiana kwa furaha
Mara moja, moyo wake wa mawe
iliyeyuka kama barafu!

Bidhaa ya Msingi

Maneno ni maganda ya nje tu
katika mashairi
Kweli, tunapaswa kujitahidi, kwa ajili yao.
Lakini hakuna kitu muhimu zaidi kuliko
kiungo cha msingi

Hakuna ushairi unaweza kuota
katika moyo mkavu

Kutoridhika

Kufanya lugha kuwa thread
Niliandika maneno yenye nyuzi,
nikatengeneza taji za mashairi
Wakawa mistari yenye harufu nzuri
Lakini maneno, hayajawekwa vizuri
ikawa sentensi za kuzomewa
na akainuka ili kuniuma

Jaribio - matokeo

Vidokezo vitamu vinafichwa
tu wakati mianzi imejeruhiwa
Mbegu huleta mafuta
kwa kupigwa tu

Taabu kali
inahitajika kwa matokeo mazuri

Kifuniko cha Kinga

Ukimpongeza
anatabasamu tu
Ukimkosoa
anatabasamu tu
Ikiwa unamlaumu
anatabasamu tu
Ukimpiga
anatabasamu tu

Tabasamu lilikuwa koti kali
ambayo ilikuwa inalinda utu wake wa ndani
kutoka kwa bouquets na matofali ya matofali

Mtazamo

Ragas tamu haiwezi kutoka
filimbi zilizotengenezwa kwa dhahabu
Rose petals haiwezi kuja kwa manufaa
kwa kupikia curry yoyote

Maadili ya fedha
mar mtazamo wa mwanadamu

Tofauti

Huu ni ulimwengu wa kutofautiana
Hapa, samaki mkubwa anayemeza mdogo
yenyewe imeliwa na kubwa zaidi
Kwa njia hiyo hiyo, wenzake mrefu
anazidiwa ujanja na mrefu zaidi
Kila mtu anapaswa kuweka bidii,
inchi mbele kwa hatua
na kujaribu kugusa anga

Kuficha

Bahari inaonekana utulivu
　inaweza kuwa inaficha volkano ingawa;
　　Baadhi ya watu wanaonekana kutokuwa na wasiwasi
　　　mabomu yanapasuka ndani ingawa

　　Hakuna kipimo hapo
　　ambayo inaweza kupima
　　uharibifu wa ndani

Bane - Bora

Ikiwa maisha lazima yategemee
juu ya mshahara, ni janga
Kuimarisha kwa mapenzi
badala ya utajiri
ndio ustawi wa kweli

Tofauti

Moyo unakanyaga kwenye njia ya miguu

huku ubongo ukisafiri juu ya mawingu

Moja ni kubwa
Nyingine ni nzuri

Makao - Majukumu Yao

Kukaa katika nyumba yako mwenyewe kwa
muda mrefu
    mtu anahisi kama kwenda shamba-nyumba
    Lakini, haiwezi kuendelea huko
    anataka kufika nyumbani

    Ushairi, kwangu, ni nyumba yako mwenyewe
    wakati tafsiri ni shamba-nyumba

    Lakini, marehemu
    wamebadilishana majukumu

Tofauti

Ndege anayeruka angani sio mzuri
maana ina mbawa
Kite kinachoelea angani
pia sio mkuu
kwa sababu ina kamba iliyoambatanishwa
Kikapu kikipiga kwenye welkin
si ajabu pia
kwani ndani kuna baruti
Ndege inayoruka juu juu
sio muujiza pia
kwa maana hufanya hivyo kwa nguvu ya mafuta

Lakini mawazo ya mshairi
kugusa mbingu ni kubwa kweli
Kwa sababu haijasaidiwa
katika kufanikisha kazi hiyo

Bahati ya Winks Arobaini

Kujaribu kulala kwenye godoro laini
katika chumba cha AC, sikufaulu.

Wivu ndio niliobaki nao
nilipowaona watu maskini
kulala kama magogo kwenye udongo mgumu

Mwangamizi Mkuu

Hakuna kinachoharibu zaidi kuliko ulimi

Sentensi moja
inaweza kusababisha uharibifu katika mioyo mingi
Usemi mmoja unatosha
kusababisha mtafaruku

Utambuzi tofauti

Ninapoiona India iliyoingia Amerika
Nimefurahiya sana
Lakini kwa kuona Amerika
iliyoingia India
Ninahisi huzuni

Moja ni ishara ya unyonge wetu
huku nyingine
inahatarisha utamaduni wetu

Bahati ya Harmony

Kudharau nomino
kivumishi kilijigamba:
"Maendeleo yako yapo ndani yangu tu"
Nomino ilikwenda chini ya ardhi
hakurudi kwa miaka
Kivumishi kilikaa kinyonge
na kutafakari:
"Ni kwa nomino tu ninayo utukufu
Nikiwa na nomino tu, nina uadilifu"

Nguvu ya Mahali

Sayari nane zilisimama kwa safu
upande wa kushoto wa tarakimu moja
Wa mwisho alidhihaki sufuri:
"Ni ndani yangu tu ndio upo uwepo wako.
Bila mimi thamani yako haina maana"
cyphers kujadiliwa
na kuhamia kulia kutoka kushoto
Sasa,
tarakimu moja haina chochote
isipokuwa kuwa na uso mrefu

Uzoefu - matokeo

Makala ilitumwa kwa gazeti
kwa tathmini na uchapishaji
Gazeti hilo halikuchapisha
kuhifadhiwa kwa muda mrefu
Kama makala yalikaa kwa mtayarishaji wake
ingekuwa imepata umakini wa kila siku
Alikasirika kwa muda mrefu bila kujali
ilirudi baada ya miezi mingi
Muumba wake aliomboleza
Alihudhuria kila siku
Nakala hiyo ilianza kung'aa kwa mwanga
lakini alikataa kwenda kwa gazeti jipya

Faida Ya Kuwa Mzee

Mimi, ambaye siwezi kupita mtihani wa nenosiri

nimeota nyakati za zamani bila nywila

Katika nyakati hizo za zamani

pasi zilikuwa nyingi, waliofeli walikuwa wachache

Kipaji - Kudharauliwa

Jalada nene la kitabu
daima huzungumza kwa dharau
kuhusu ukurasa wa ndani
Lakini, ukurasa wa ndani unaweza kuwa na
jambo la kina
Jalada la kitabu linameta
ni glints ya juu juu ya tinsel

Mng'ao wa Juu Juu

Korona alicheka viatu kwa dhihaka

Lakini, taji haina matumizi mengi katika hali halisi

Viatu ni muhimu sana, sivyo?

Mtukufu

Ni kweli
basi hilo lina kasi kuliko watembea kwa miguu
treni kuliko basi, tambarare kuliko treni
na chombo cha anga kuliko ndege.
Lakini, ni mtembea kwa miguu tu
nani anaweza kuhama na no
mahitaji ya haraka ya mafuta

Ajabu

Ushairi wa kina hauwezi kuzaliwa
 bila kuchuruzika moyoni
  Kifua chenye malengelenge hakiwezi kuwa
na maji
  kwa maneno ambayo hayana unyevu

Facebook - Ndoano ya Kweli

Mara baada ya kuumwa na mdudu wa Facebook,

ubongo wako utaanza kuugua.

Hakuna pumziko litakalopatikana hata siku moja,

amani ya ubongo itakuwepo kila wakati.

Wapiga risasi wa Sham

Watu wengine husema kwa hasira
hakika hasira ni mbaya sana!
Maskini wenzangu, ni vipofu
kwa kasoro yao, inasikitisha.

Madarasa

Wengine ni wasio nacho na hawawezi
ingia (wekeza maelfu ya rupia) ndani
                                    biashara.
    Wengine wengine wanaweza kuwekeza
maelfu ya pesa
    lakini hawezi kupata hata mamia

Hype - Kuanguka

Nilijiona kuwa mshairi mkubwa,
 iliwafanya wengine waseme vivyo hivyo.
 Miaka arobaini baadaye,
 jina langu lilififia na kusahaulika;
ya mwingine aliyeandika
bora lakini alibaki utulivu
iling'aa sana.

Maneno - Thamani

Nilichuja bakuli la maneno,
akachukua wachache kutoka kwao
kwa kuandika shairi.
Shairi lilitoka vizuri
sijatupa
maneno yaliyobaki.
Waliingia vizuri katika shairi
nilichoandika kesho yake!

Hakuna neno linaloweza kutupwa
milele, labda!

Ushairi - Mshairi

Ushairi ni tamasha
ya tafakari za kupendeza
Mshairi anapiga vita
dhidi ya mawazo yasiyopendeza
Yeye, hivyo,
inaangazia uzuri
kwa nyakati zote

Shairi la Mapema

Wazo la kishairi linapaswa kuendelea kukua
kama kijusi tumboni mwa kalamu.
Wakati mzima tu
inapaswa kuzaliwa.
Watoto waliozaliwa kabla ya muda kamili
ni mapema na mara nyingi dhaifu

Bahili

Nampenda mshairi huyo bahili zaidi;
nina wivu kidogo, pia.
Anapata faida zaidi kwa kutumia kidogo
Wakati ninatumia zaidi na kupata kidogo
Kwa nini tunapaswa kutumia zaidi?
Maneno, namaanisha.

Mduara

Kuona wiki mbili
ya mwanga na giza,
tunapaswa kushinikiza
checkered maisha kwa moyo.
Theluji kwenye Himalaya
hujilimbikiza wakati wa baridi
na kuyeyuka katika majira ya joto

Uingiliaji

Kuingilia ukuta,
mwanasiasa mkali
kumfukuza paka.
Paka alihisi aibu

Maumivu Ya Uzito

Ni vigumu kuelezea maumivu
    Ya mawingu ambayo hayana mvua.
    Wale walionyesha wana bahati;
    Kupunguza uzito wa wengine
    Sio rahisi kama tunavyofikiria.

Haystack

Nimechoka
Kwa kutafuta sindano
Katika nyasi hii.

Picha za kutisha za kuchukiza,
Vipande vifupi vya kamba zinazofanana na mjengo mmoja,
Nazi kavu zisizo na maji ndani -
Wote wamejikusanya kwenye safu hii ya nyasi
Kufanya utafutaji kuwa mgumu

Hata hivyo, sijisikii kuacha.
matumaini kukata tamaa kwamba sindano
Inaweza kupatikana inakaa karibu!

***

Enzi ya Pingu

Mkono usioonekana unaofunga
silika ya ndani na tether
inasumbua akili sana.

Pingu za uteuzi wa mada kwa washairi,
 minyororo ya imani kwa watu wenye akili timamu,
  wale wa ushabiki kwa wanaume waliokomaa...

Lazima nivunje pingu zangu

Nyakati nzuri zitakuja lini?
 Ni lini watu watakuwa huru kutoka kwa minyororo?

***

Uchovu

Mimi, nikisafiri kwenye jua kali
saa sita mchana nje ya mji...

Kuna miti mirefu ya toddy,
lakini wanaweza kutoa kivuli ngapi?
Nilipokuwa nikitweta, jasho likinitoka,
mti mdogo wa mwembe ulinialika kwa upendo.

Mfariji fulani yuko kila wakati katika ulimwengu huu

Kupumzika kwenye kivuli baridi,
Niliangalia miti ya toddy.

***

Haiba ya Nje

Na ukuta uliojengwa kwa mawe kuizunguka,
kisima kinavutia watazamaji.

Sakafu laini ya saruji, mimea nzuri
kupamba mazingira yake.
Puli yake ya kupendeza inasababisha furaha

Watu wanakuja kwa wingi
kuona kisima maarufu.

Lakini kisima kilikauka zamani!

***

Tofauti

Watu tofauti wana
Vijiti tofauti.
Hata benchmark ya mtu mmoja
inaweza kutofautiana na wakati.
Kuvunja siri
ya vijiti ni changamoto kubwa.

Ukweli Mpya

Kukamata panya
kuchimba kilima sio ujinga
panya ilipokamatwa
ni ya kipekee, ingawa ni ndogo.

Kasoro

Nilitumia maneno yanayojulikana kwa sehemu
Katika shairi langu.
Sijui asili yao kikamilifu.
Kwa hiyo,
Shairi lilikosa hisia

Shida

Ubaguzi ni nyoka,
busara ya chura.
Chura amekasirika
ikiwa nyoka inaulizwa kuuma.
Nyoka amekasirika
ukiombwa kukata tamaa!

***

Kutojali - Baada ya Athari

Kutokujali kwa Dhritarashtra
Mbele ya kulia Draupadi
Je! ni mbegu ya moto wa msitu,
Ambayo inaweza kuchoma Kauravas.

Mizizi ya Haiba

Unyanyasaji haupotei
ikiwa kioo kimepigwa marufuku.
Urembo hauchipuki
kwenye udongo bila mbegu ya uzuri
hata ikinyweshwa maji.

Mwangaza wa Nje

Kuketi juu ya kichwa,
 tiara alitazama kifundo cha mguu
na kunusa.
 Akiwa na huzuni, yule wa mwisho akatoka nje
zinazotoka noti za ajabu za muziki.

Taji ilicheza kishetani,
 alithamini tusi la kifundo cha mguu.
 Lakini hakuna muziki wala uzuri
 ilikuwepo katika ujamaa wake.

***

Kuhusu Mwandishi

Elanaaga

Elanaaga ni jina la kalamu. Jina halisi la mwandishi ni Dk Surendra Nagaraju. Yeye ni daktari wa watoto, lakini sasa yuko kikamilifu katika uandishi wa ubunifu, tafsiri, na ukosoaji n.k. Aliandika vitabu 33 hadi sasa. Kumi na tano kati yao ni maandishi asilia (hasa katika lugha ya Kitelugu), huku 18 ni tafsiri. Kati ya hizi za mwisho, 8 zinatoka Kiingereza hadi Kitelugu na 10 kinyume chake. Kando na ushairi na tafsiri, aliandika vitabu kuhusu usahihi wa lugha, muziki wa kitambo n.k. Alitoa hadithi za Amerika Kusini, hadithi za Kiafrika, hadithi za Somerset Maugham, na hadithi za ulimwengu na kadhalika.

www.ingramcontent.com/pod-product-compliance
Lightning Source LLC
LaVergne TN
LVHW041542070526
838199LV00046B/1787